Impressum
Verlag: BABADADA GmbH, Nedderfeld 112 , 22529 Hamburg
Geschäftsführer / Verlagsleitung: Harald Hof
Druck: Books on Demand GmbH, In de Tarpen 42, 22848 Norderstedt

Imprint
Publisher: BABADADA GmbH, Nedderfeld 112 , 22529 Hamburg, Germany
Managing Director / Publishing direction: Harald Hof
Print: Books on Demand GmbH, In de Tarpen 42, 22848 Norderstedt, Germany

escuela
trường học

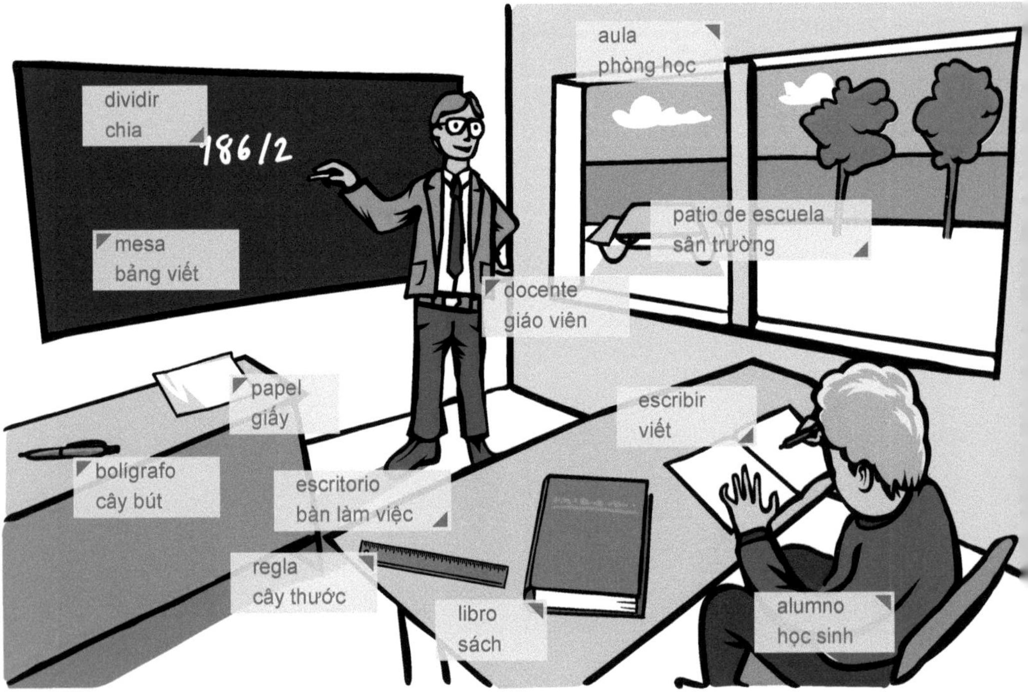
aula
phòng học
dividir
chia
186/2
mesa
bảng viết
patio de escuela
sân trường
docente
giáo viên
papel
giấy
escribir
viết
bolígrafo
cây bút
escritorio
bàn làm việc
regla
cây thước
libro
sách
alumno
học sinh

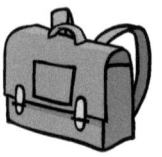

mochila escolar
cặp đeo vai học sinh

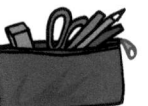

caja de lápices
hộp đựng bút

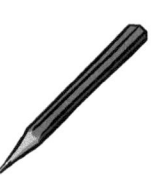

lápiz
bút chì

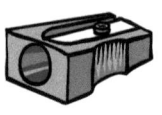

sacapuntas
cái gọt bút chì

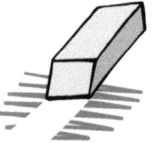

goma de borrar
cục tẩy

bloc de dibujo
tập giấy vẽ

dibujo
bản vẽ

pincel
cọ vẽ

caja de pinturas
hộp mực vẽ

tijera
cây kéo

pegamento
keo dán

libro de ejercicios
sách bài tập

tarea
bài tập ở nhà

número
số

2+2

sumar
cộng

5-2

restar
trừ

multiplicar
nhân

calcular
tính toán

A

letra
chữ cái

ABCDEFG
HIJKLMN
OPQRSTU
VWXYZ

alfabeto
bảng chữ cái

hello

palabra
từ

escuela - trường học

3

texto

văn bản

leer

đọc

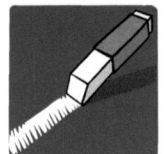

tiza

phấn viết

lección

bài học

libro de clase

sổ lớp

examen

thi kiểm tra

certificado

chứng chỉ

uniforme escolar

đồng phục học sinh

educación

giáo dục

enciclopedia

từ điển bách khoa

universidad

đại học

microscopio

kính hiển vi

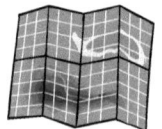

mapa

bản đồ

cesto de papeles

thùng rác giấy

escuela - trường học

viaje
du lịch

Grand
hotel
khách sạn
albergue
nhà trọ
ROOMS
casa de cambio
quầy đổi tiền
maleta
va li
auto
xe ô tô

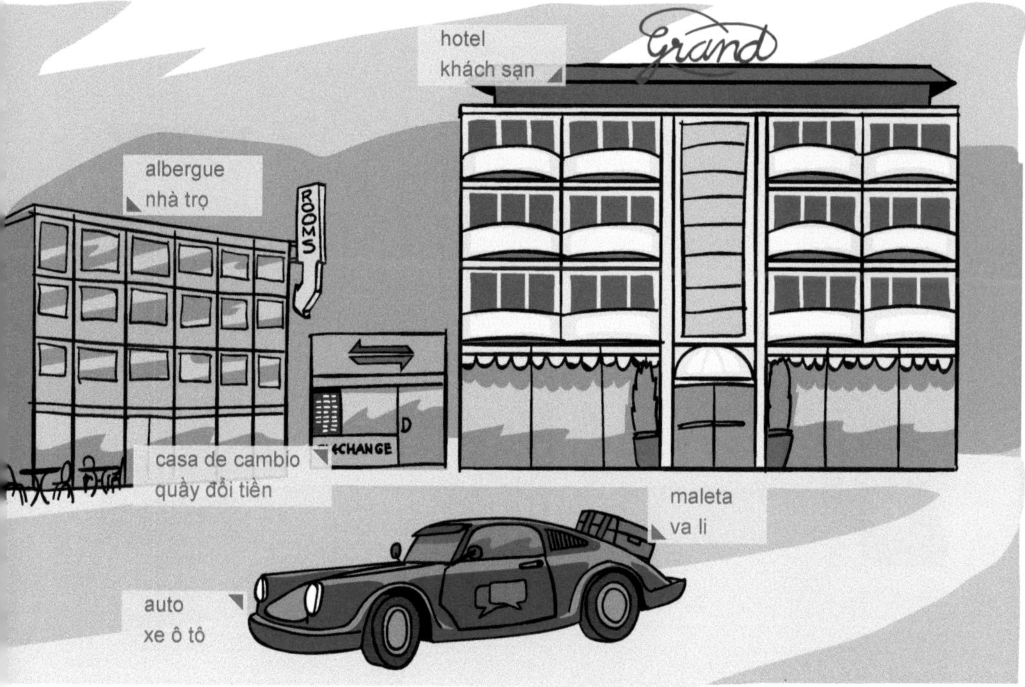

idioma

ngôn ngữ

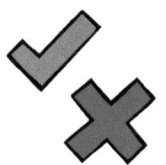

sí / no

có / không

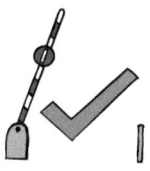

ok

ô kê

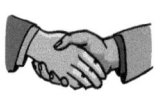

hola

Xin chào

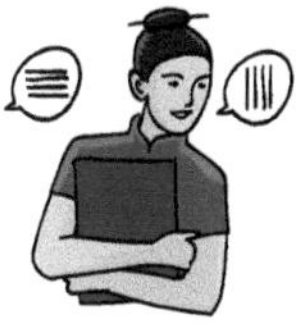

intérprete

thông dịch viên

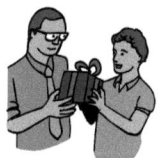

gracias

cám ơn

¿Cuánto cuesta...?

… bao nhiêu tiều?

No entiendo

tôi không hiểu

problema

vấn đề

¡Buenas tardes!

Xin chào! (buổi tối)

¡Buenos días!

xin chào! (buổi sáng)

¡Buenas noches!

chúc ngủ ngon!

adiós

tạm biệt

dirección

hướng đi

equipaje

hành lý

bolso

túi xách

mochila

túi ba lô

invitado

khách

cuarto

phòng

saco de dormir

túi ngủ

tienda de campaña

lều

viaje - du lịch

información al turista

thông tin du lịch

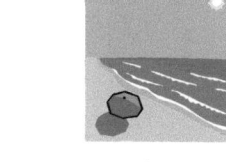

playa

bãi biển

tarjeta de crédito

thẻ tín dụng

desayuno

ăn sáng

almuerzo

ăn trưa

cena

ăn tối

pasaje

vé xe

ascensor

thang máy

sello

tem bưu điện

límite

biên giới

aduana

hải quan

embajada

đại sứ quán

visa

thị thực

pasaporte

hộ chiếu

transporte

vận chuyển

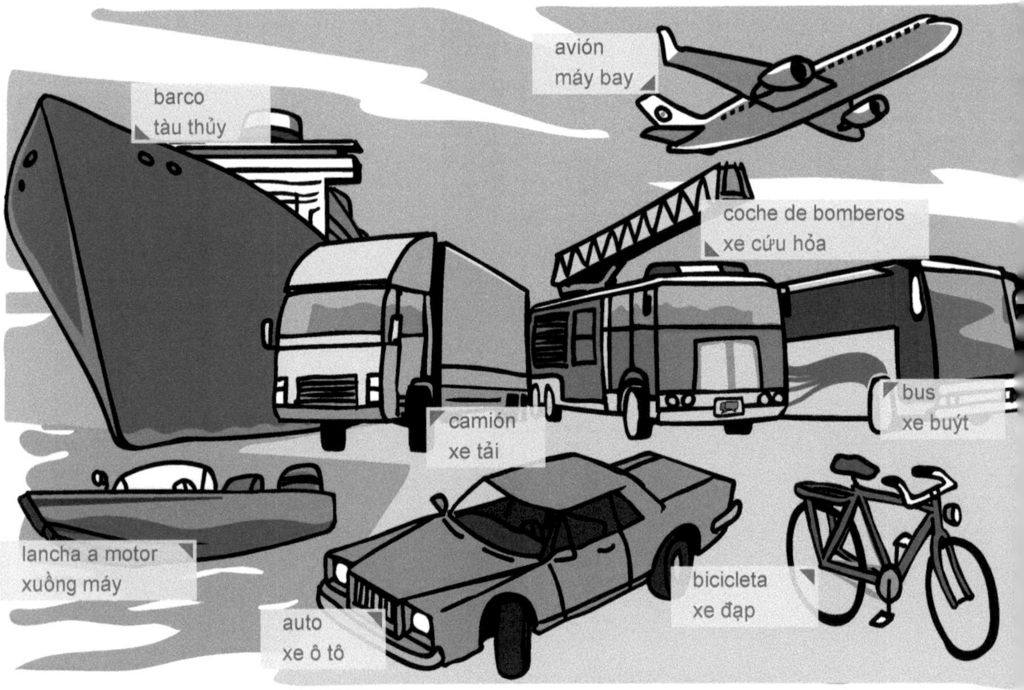

avión
máy bay
barco
tàu thủy
coche de bomberos
xe cứu hỏa
camión
xe tải
bus
xe buýt
lancha a motor
xuồng máy
bicicleta
xe đạp
auto
xe ô tô

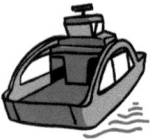

balsa

phà

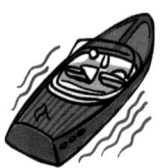

lancha

xuồng

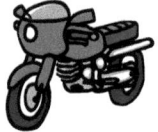

motocicleta

xe máy

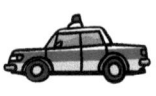

auto de policía

xe cảnh sát

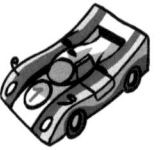

auto de carreras

xe đua

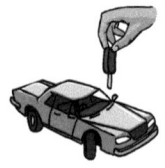

auto de alquiler

xe cho thuê

alquiler de autos

dịch vụ thuê xe tự lái

grúa

xe kéo cứu hộ

vehículo recolector de basura

xe rác

motor

động cơ

gasolina

xăng

gasolinera

trạm xăng

señal de tráfico

biển báo giao thông

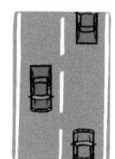

tránsito

giao thông

atasco

ách tắc giao thông

estacionamiento

bãi đậu xe

estación de tren

nhà ga

carril

đường ray

tren

xe lửa

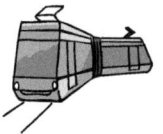

tranvía

tàu điện

vagón

toa xe

helicóptero

máy bay trực thăng

aeropuerto

sân bay

torre

tháp

pasajero

hành khách

contenedor

côngtenơ

caja de cartón

thùng các-tông

carro

xe đẩy

cesta

cái giỏ

despegar / aterrizar

cất cánh / hạ cánh

ciudad

thành phố

aldea

làng

centro de la ciudad

trung tâm thành phố

casa

nhà

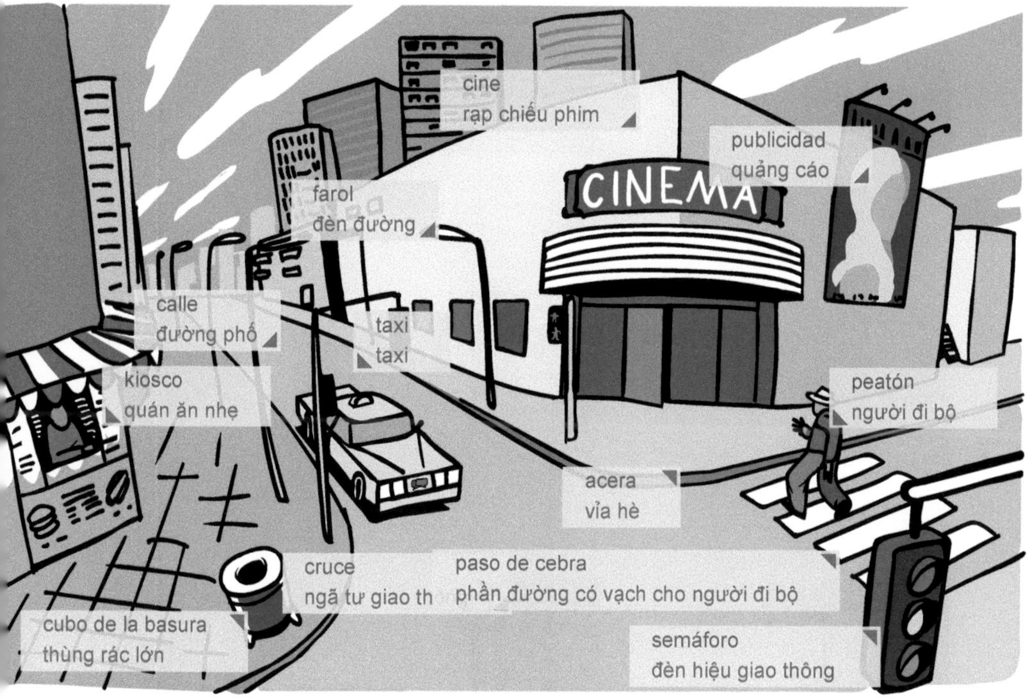

cine
rạp chiếu phim

publicidad
quảng cáo

farol
đèn đường

CINEMA

calle
đường phố

taxi
taxi

kiosco
quán ăn nhẹ

peatón
người đi bộ

acera
vỉa hè

cruce
ngã tư giao th

paso de cebra
phần đường có vạch cho người đi bộ

cubo de la basura
thùng rác lớn

semáforo
đèn hiệu giao thông

cabaña
nhà chòi

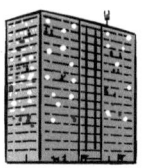

apartamento
căn hộ

estación de tren
nhà ga

ayuntamiento
tòa thị chính

museo
viện bảo tàng

escuela
trường học

ciudad - thành phố

11

universidad

đại học

banco

ngân hàng

hospital

bệnh viện

hotel

khách sạn

farmacia

hiệu thuốc

oficina

văn phòng

librería

hiệu sách

negocio

cửa hiệu

florería

cửa hiệu bán hoa

supermercado

siêu thị

mercado

chợ

grandes almacenes

cửa hàng bách hóa

pescadería

người bán cá

centro comercial

trung tâm mua bán

puerto

bến cảng

ciudad - thành phố

parque

công viên

banco

ghế băng

puente

cầu

escalera

cầu thang

metro

tàu điện ngầm

túnel

đường hầm

parada de autobuses

trạm xe buýt

bar

quán bar

restaurante

khách sạn

buzón de correo

hòm thư công cộng

letrero

bảng hiệu đường

parquímetro

đồng hồ đậu xe

zoológico

vườn bách thú

piscina

bể bơi

mezquita

nhà thờ Hồi giáo

granja
nông trại

polución
ô nhiễm môi trường

cementerio
nghĩa trang

iglesia
nhà thờ

parque infantil
sân chơi

templo
ngôi đền

paisaje
phong cảnh

hoja
lá cây

indicador de camino
bảng chỉ đường

sendero
lối đi

pradera
bãi cỏ

piedra
hòn đá

caminante
người đi bộ đường dài

árbol
cây

río
sông

pasto
cỏ

flor
bông hoa

valle

thung lũng

montaña

đồi

lago

hồ nước

bosque

rừng

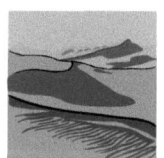

desierto

sa mạc

volcán

núi lửa

castillo

lâu đài

arco iris

cầu vồng

seta

nấm

palmera

cây cọ

mosquito

con muỗi

mosca

con ruồi

hormiga

con kiến

abeja

con ong

araña

con nhện

escarabajo

bọ cánh cứng

rana

con ếch

ardilla

con sóc

erizo

con nhím

liebre

con thỏ

lechuza

con cú

pájaro

con chim

cisne

thiên nga

jabalí

heo rừng

ciervo

con hươu

alce

nai sừng tấm

embalse

đê

aerogenerador

tuabin gió

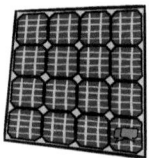

módulo solar

tấm năng lượng mặt trời

clima

khí hậu

restaurante
khách sạn

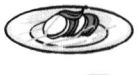

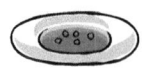

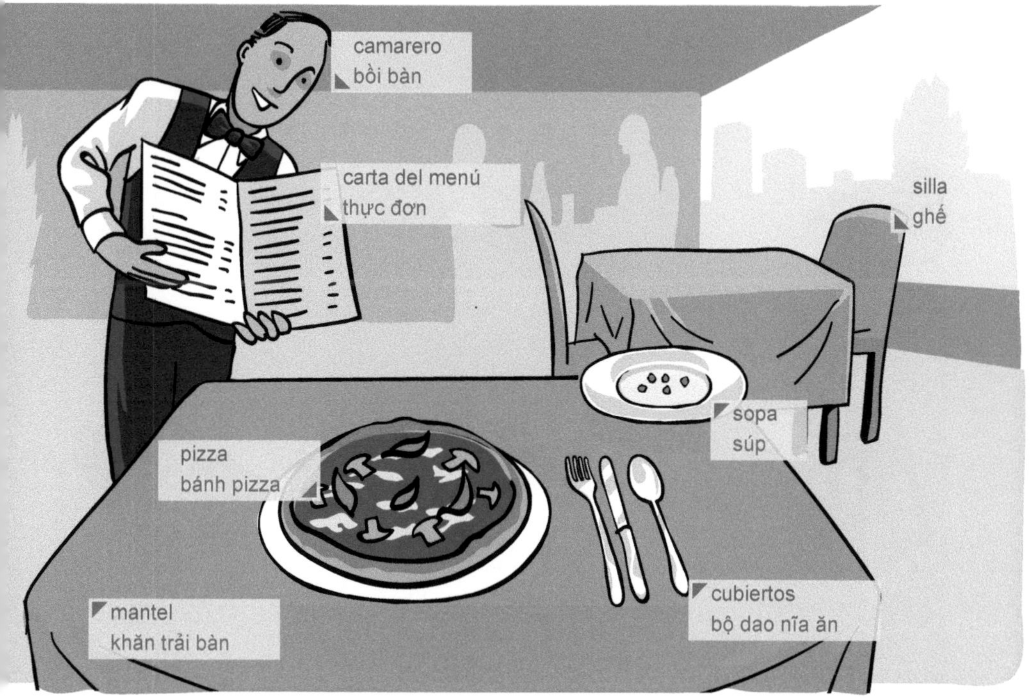
camarero
bồi bàn
carta del menú
thực đơn
silla
ghế
sopa
súp
pizza
bánh pizza
mantel
khăn trải bàn
cubiertos
bộ dao nĩa ăn

entrada

món ăn khai vị

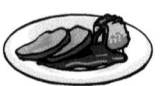

plato principal

món ăn chính

postre

món tráng miệng

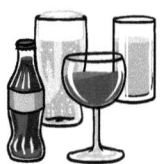

bebida

thức uống

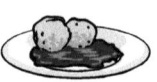

comida

thức ăn

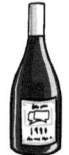

botella

cái chai

comida rápida

thức ăn nhanh

comida callejera

thức ăn đường phố

tetera

ấm trà

azucarera

hộp đường

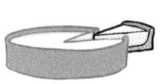

porción

khẩu phần

máquina de espresso

máy pha espresso

silla alta

ghế cao

factura

hóa đơn

bandeja

khay

cuchillo

dao

tenedor

nĩa

cuchara

thìa

cuchara de té

thìa uống trà

servilleta

khăn ăn

vaso

cốc thủy tinh

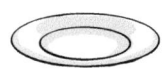

plato

đĩa

plato de sopa

đĩa súp

platillo

đĩa lót cốc

salsa

nước sốt

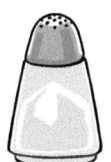

salero

lọ muối

molinillo para pimienta

cái xay tiêu

vinagre

giấm

aceite

dầu

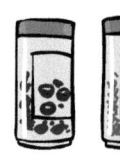

especias

gia vị

ketchup

nước xốt cà chua

mostaza

tương hạt cải

mayonesa

nước sốt mayonnaise

supermercado
siêu thị

oferta
chào giá đặc biệt
FOR
cliente
khách hàng
productos lácteos
sản phẩm từ sữa
fruta
trái cây
carrito de compras
xe đẩy mua sắm

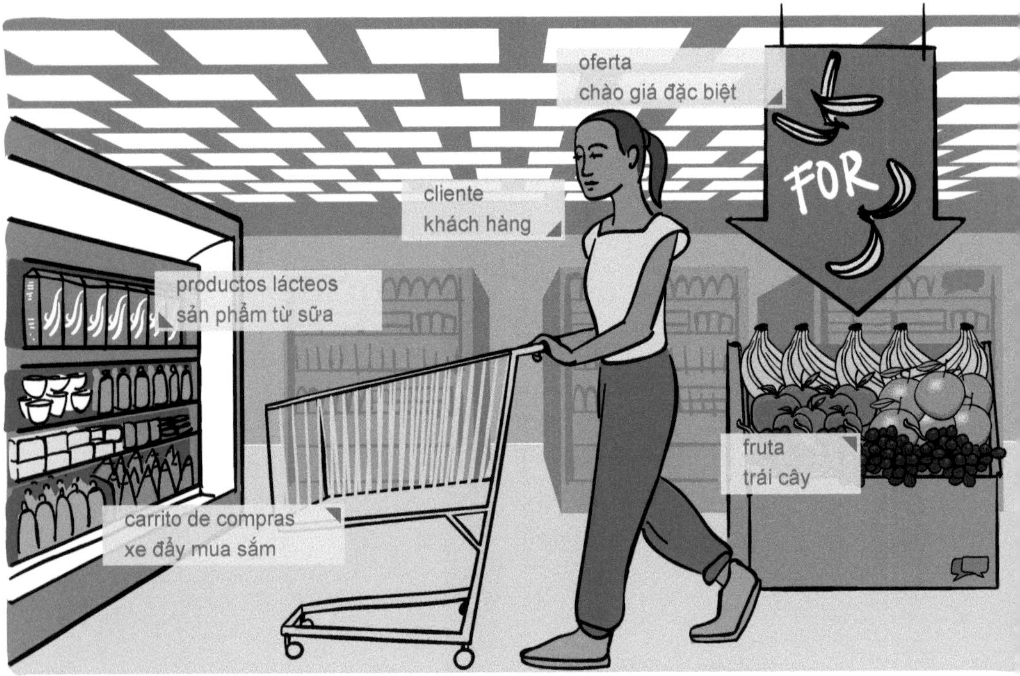

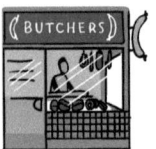

BUTCHERS

carnicería

lò mổ

BAKERY

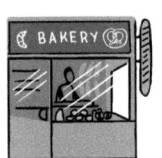

panadería

cửa hiệu bán bánh mì

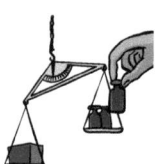

pesar

cân nặng

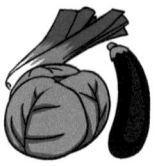

verdura

rau quả

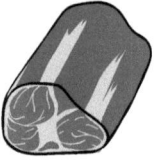

carne

thịt

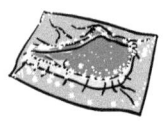

alimentos congelados

thức ăn đông lạnh

fiambre

lát thịt nguội

conservas

đồ hộp

detergente en polvo

bột giặt

dulces

đồ ngọt

artículos domésticos

sản phẩm dùng trong gia đình

productos de limpieza

chất tẩy rửa

vendedora

người bán hàng

caja

quầy trả tiền

cajero

nhân viên thu ngân

lista de compras

danh sách mua sắm

horario de atención

giờ mở cửa

cartera

ví tiền

tarjeta de crédito

thẻ tín dụng

maleta

túi đeo

bolsa plástica

túi ny lông

supermercado - siêu thị

agua

nước

jugo

nước quả ép

leche

sữa

refresco de cola

coca-cola

vino

rượu vang

cerveza

bia

alcohol

cồn

cacao

cacao

té

trà

café

cà phê

espresso

espresso

cappuccino

cappuccino

banana

chuối

manzana

quả táo

naranja

quả cam

sandía

dưa hấu

limón

chanh

zanahoria

cà rốt

ajo

tỏi

bambú

tre

cebolla

củ hành

seta

nấm

nueces

hạt dẻ

fideos

mì

espagueti

mì spaghetti

arroz

cơm

ensalada

xà lách

patatas fritas

khoai tây chiên

patatas salteadas

khoai tây chiên

pizza

bánh pizza

hamburguesa

bánh hamburger

sándwich

bánh mì sandwich

escalope

thịt côtlet

jamón

thịt giăm bông

salame

xúc xích

embutido

dồi

pollo

gà

asado

rán

pescado

cá

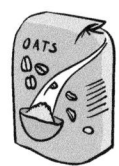

copos de avena

cháo yến mạch

musli

cháo muesli

copos de maíz tostado

bánh bột ngô nướng

harina

bột mì

croissant

bánh sừng bò

panecillo

bánh mì

pan

bánh mì

tostada

bánh mì nướng

galletas

bánh bích quy

mantequilla

bơ

cuajada

sữa đông

pastel

bánh ngọt

huevo

trứng

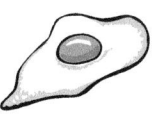

huevo frito

trứng rán

queso

pho mát

helado
kem

azúcar
đường

miel
mật ong

mermelada
mứt

praliné
kem nougat

curry
cà ri

granja
nông trại

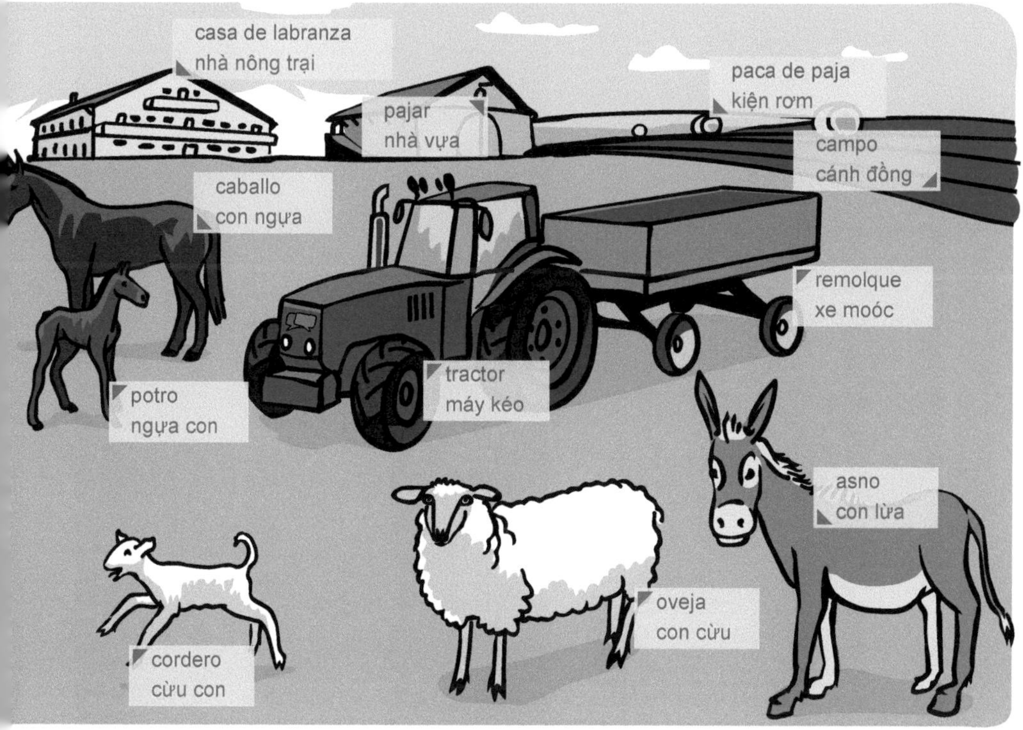
casa de labranza
nhà nông trại
pajar
nhà vựa
paca de paja
kiện rơm
campo
cánh đồng
caballo
con ngựa
remolque
xe moóc
tractor
máy kéo
potro
ngựa con
asno
con lừa
oveja
con cừu
cordero
cừu con

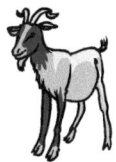

cabra
con dê

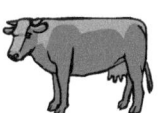

vaca
con bò

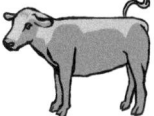

ternero
con bê

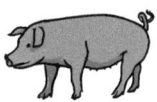

cerdo
con lợn

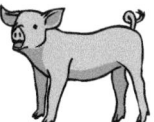

lechón
lợn con

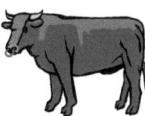

toro
bò đực

ganso

con ngỗng

pato

con vịt

polluelo

gà con

pollo

gà mái

gallo

gà trống

rata

con chuột

gato

mèo

ratón

chuột nhắt

buey

bò đực

perro

con chó

caseta del perro

nhà chuồng chó

manguera de riego

ống tưới vườn cây

regadera

thùng tưới cây

guadaña

lưỡi hái

arado

cái cày

hoz

cái liềm

azada

cái cuốc

bieldo

cái chĩa

hacha

cái rìu

carretilla

xe cút kít

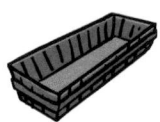

abrevadero

máng ăn

lechera

lọ sữa

saco

bao tải

cerca

hàng rào

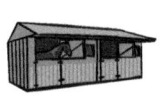

establo

chuồng

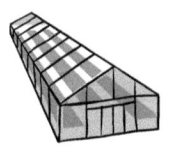

invernadero

nhà kính trồng cây

suelo

đất trồng

semilla

hạt giống

fertilizante

phân bón

cosechadora

máy gặt đập liên hợp

cosechar

thu hoạch

cosecha

mùa thu hoạch

raíz de ñame

khoai lang

trigo

lúa mì

soja

đậu nành

patata

khoai tây

maíz

ngô

colza

hạt cải dầu

Árbol frutal

cây ăn trái

mandioca

sắn

cereales

ngũ cốc

casa

nhà

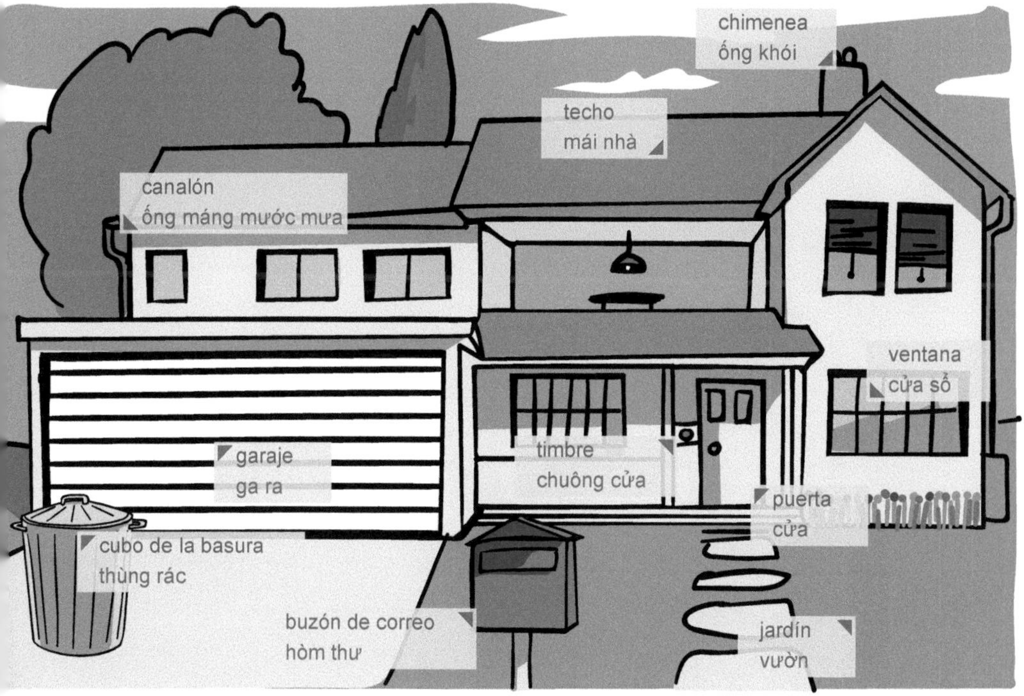

chimenea
ống khói
techo
mái nhà
canalón
ống máng mước mưa
ventana
cửa sổ
garaje
ga ra
timbre
chuông cửa
puerta
cửa
cubo de la basura
thùng rác
buzón de correo
hòm thư
jardín
vườn

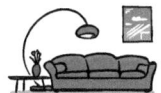

cuarto de estar

phòng khách

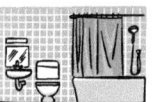

cuarto de baño

phòng tắm

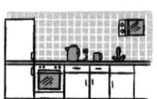

cocina

bếp

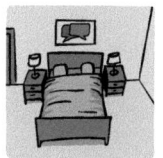

dormitorio

phòng ngủ

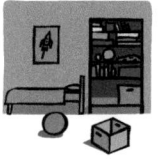

cuarto de los niños

phòng trẻ em

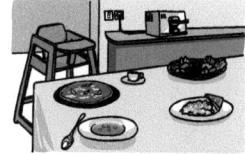

comedor

phòng ăn

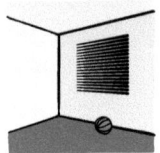

piso

nền nhà

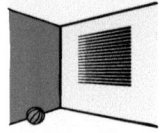

pared

tường

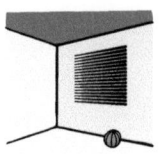

cielorraso

trần nhà

sótano

tầng hầm

sauna

tắm hơi

balcón

ban công

terraza

sân hiên

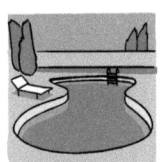

piscina

bể bơi

cortacésped

máy cắt cỏ

funda nórdica

khăn trải giường

edredón

khăn trải giường

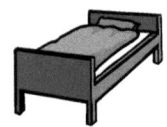

cama

giường

escoba

chổi

cubo

cái xô

interruptor

công tắc điện

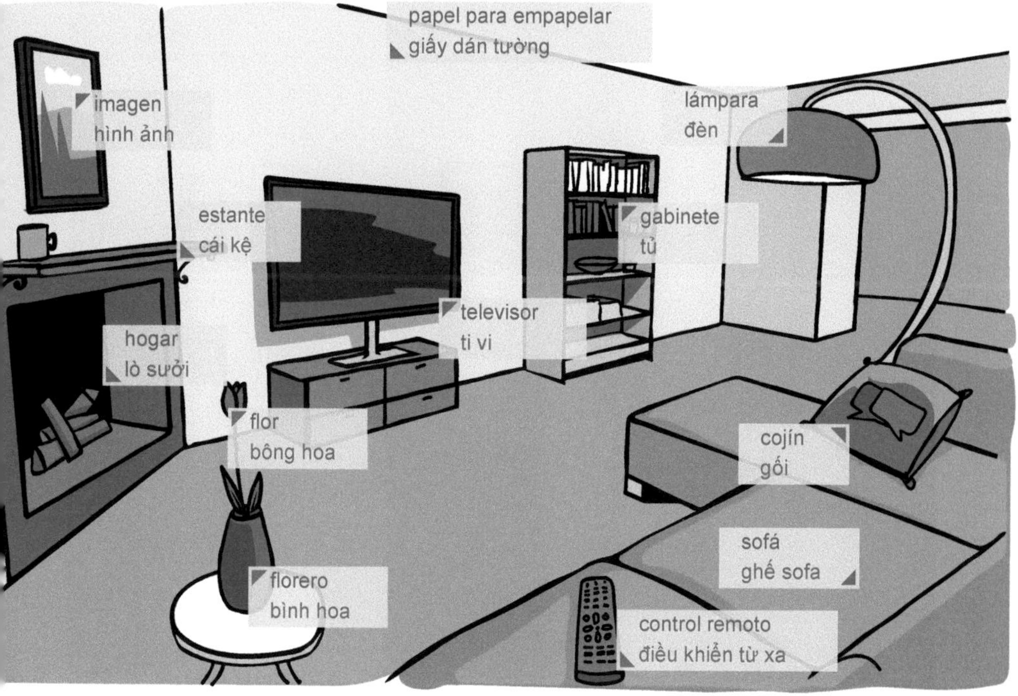

papel para empapelar
giấy dán tường

imagen
hình ảnh

lámpara
đèn

estante
cái kệ

gabinete
tủ

hogar
lò sưởi

televisor
ti vi

flor
bông hoa

cojín
gối

sofá
ghế sofa

florero
bình hoa

control remoto
điều khiển từ xa

alfombra

thảm

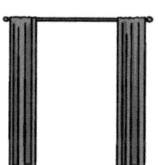

cortina

rèm

mesa

cái bàn

silla

ghế

mecedora

ghế bập bênh

sillón

ghế bành

libro
sách

frazada
cái chăn

decoración
đồ trang trí

leña
củi

film
phim

equipo estereofónico
máy hi-fi

llave
chìa khóa

periódico
báo

cuadro
bức tranh

póster
áp phích

radio
radio

bloc de notas
sổ ghi chép

aspiradora
máy hút bụi

cactus
cây xương rồng

vela
cây nến

cocina
bếp

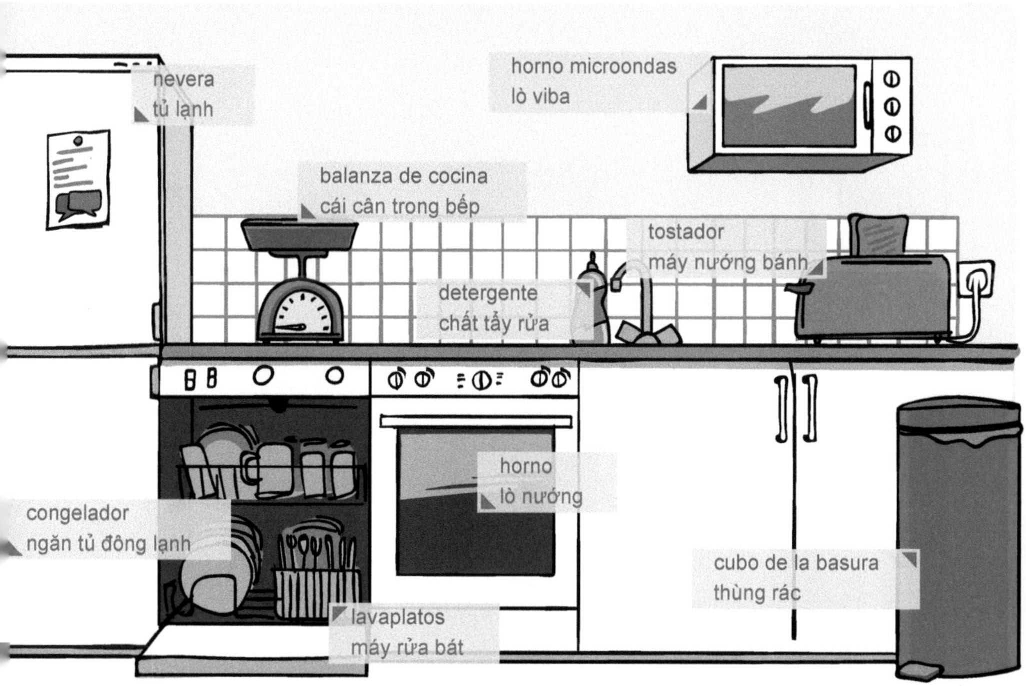

nevera
tủ lạnh
horno microondas
lò viba
balanza de cocina
cái cân trong bếp
tostador
máy nướng bánh
detergente
chất tẩy rửa
horno
lò nướng
congelador
ngăn tủ đông lạnh
cubo de la basura
thùng rác
lavaplatos
máy rửa bát

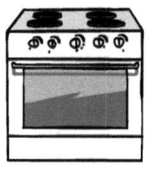

cocina

lò nấu

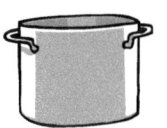

olla

nồi

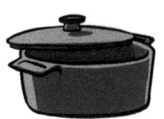

olla de fundición de hierro

nồi sắt

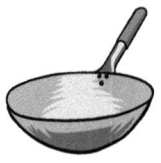

wok / kadai

chảo

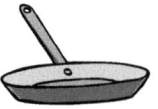

sartén

chảo

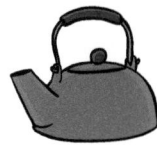

hervidor de agua

ấm đun nước

olla de vapor

nồi đun hơi

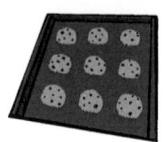

bandeja de horno

khay lò nướng

vajilla

bát đĩa

vaso

cốc

bol

cái bát

palillos para comer

đũa

cucharón de sopa

cái vá

espátula

bàn xẻng

batidor

que đánh kem

colador

rây dùng trong bếp

cedazo

cái rây lọc

rallador

cái nạo

mortero

vữa

parrillada

vỉ nướng

fogata

ngọn lửa trần

cocina - bếp

tabla de picar

cái thớt

rodillo

trục cán bột

sacacorchos

cái mở nút chai

lata

vỏ đồ hộp

abrelatas

cái mở vỏ đồ hộp

agarrador

miếng nhấc nồi

fregadero

bồn rửa bát

cepillo

bàn chải

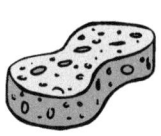

esponja

miếng xốp

batidora

máy xay

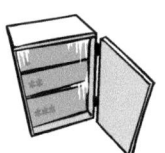

arcón congelador

tủ đông lạnh

biberón

bình sữa cho trẻ sơ sinh

grifo

vòi nước

cuarto de baño

phòng tắm

calefacción
lò sưởi
ducha
vòi hoa sen
toalla
khăn lau
cortina para ducha
rèm che ngăn tắm
baño de espuma
tắm bọt
bañera
bồn tắm
vaso
cốc thủy tinh
lavadora
máy giặt
grifo
vòi nước
baldosa
gạch lát
orinal
cái bô
fregadero
bồn rửa bát

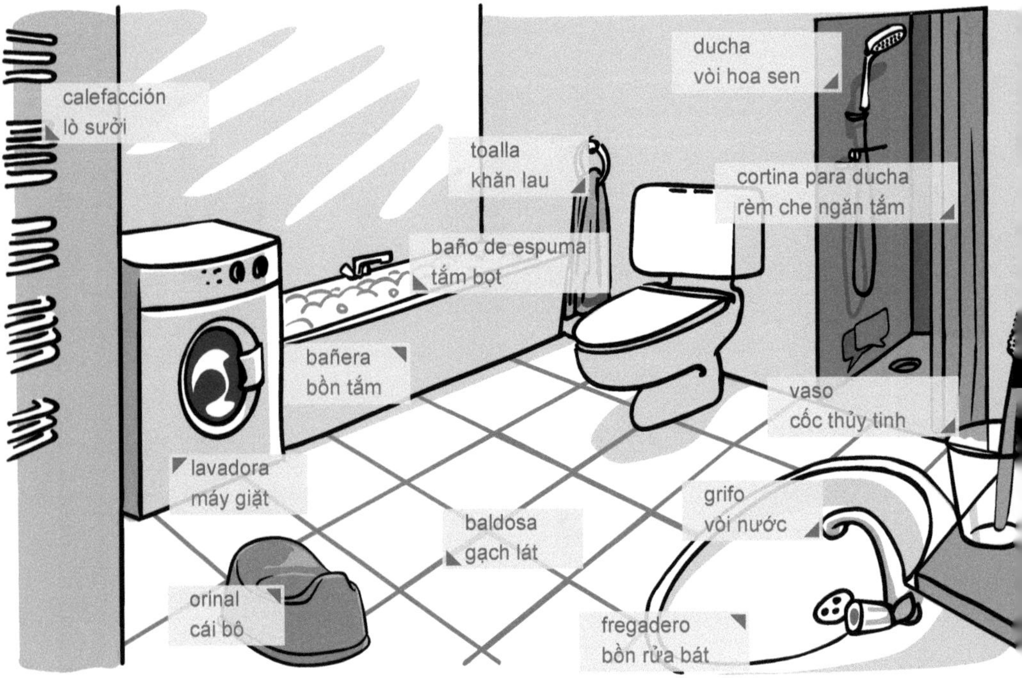

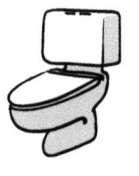

cuarto de baño

bồn cầu

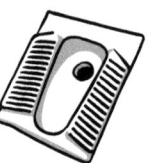

placa turca

bồn cầu ngồi xổm

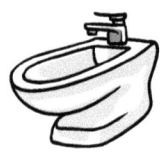

bidé

bồn rửa hậu môn

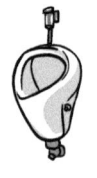

urinario

bồn tiểu tiện

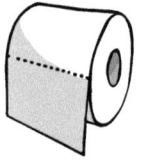

papel higiénico

giấy vệ sinh

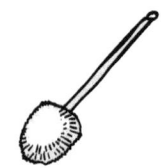

escobilla para el cuarto de baño

bàn chải cọ bồn cầu

cepillo de dientes

bàn chải đánh răng

pasta dentífrica

kem đánh răng

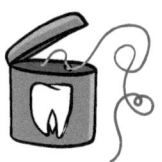

seda dental

chỉ nha khoa

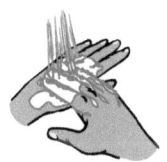

lavar

rửa

ducha teléfono

vòi sen cầm tay

ducha higiénica

vòi rửa hậu môn

cuenco

bồn rửa

cepillo para la espalda

bàn chải cọ lưng

jabón

xà phòng

gel de ducha

sữa tắm

champú

dầu gội

manopla para baño

khăn cọ để tắm

desagüe

lỗ thoát nước

crema

kem

desodorante

chất khử mùi

espejo

gương

espejo de maquillaje

gương tay

máquina de afeitar

dao cạo râu

espuma de afeitar

kem cạo râu

loción para después del afeitado

nước thơm dùng sau khi cạo râu

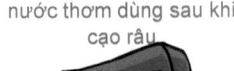

peine

cái lược

cepillo

bàn chải

secador para cabello

máy xấy tóc

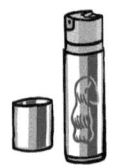

laca de peinado

keo xịt tóc

maquillaje

đồ trang điểm

lápiz labial

thỏi son môi

laca para uñas

sơn bôi móng

algodón

bông

tijera para uñas

kéo cắt móng

perfume

nước hoa

neceser

túi đựng đồ tắm

taburete

ghế đầu

balanza

cái cân

bata de baño

áo choàng tắm

guantes de goma

găng tay làm vệ sinh

tampón

nút gạc

compresa

băng vệ sinh

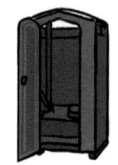

wáter químico

nhà vệ sinh hóa chất

cuarto de los niños

phòng trẻ em

despertador
đồng hồ báo thức
animal de peluche
thú bông
auto de juguete
xe đồ chơi
sonajero
cái lúc lắc
casa de muñecas
nhà búp bê
obsequio
món quà

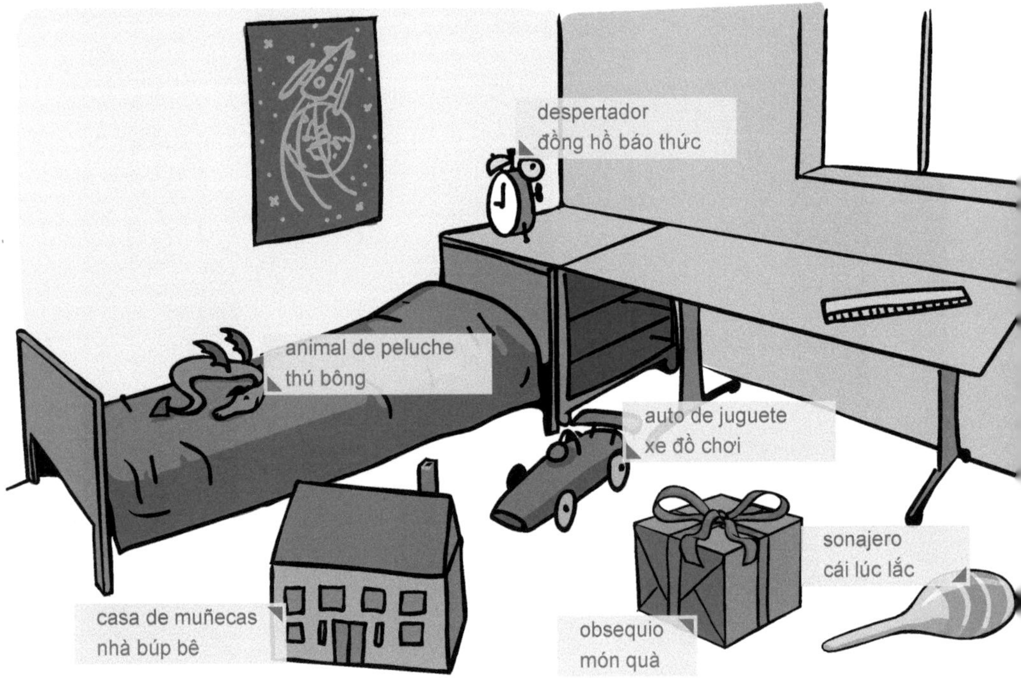

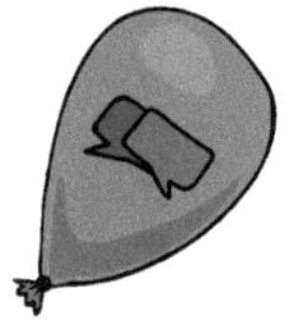

globo

bong bóng

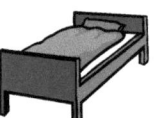

cama

giường

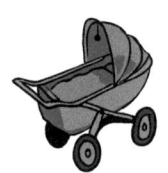

cochecito para niños

xe nôi

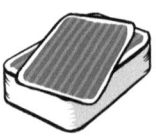

juego de barajas

trò chơi bài

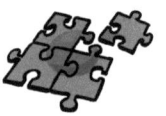

rompecabezas

trò chơi ghép hình

cómic

truyện tranh

piezas de Lego

gạch Lego

bloques para jugar

khối xếp hình

figura de acción

nhân vật hành động

pijama de una pieza

o liền quần cho trẻ sơ sinh

frisbee

đĩa nhựa để ném

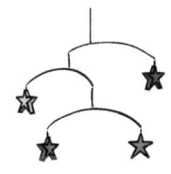

móvil

đồ chơi treo trên giường

juego de mesa

trò chơi cờ bàn

dado

xúc xắc

tren eléctrico a escala

đồ chơi xe lửa mô hình

chupete

ti giả

fiesta

buổi tiệc

libro de dibujos

sách tranh

pelota

quả bóng

títere

búp bê

jugar

chơi

arenero

hố cát

columpio

cái đu

juguetes

đồ chơi

consola de videojuego

máy chơi game cầm tay

triciclo

xe ba bánh

osito de peluche

gấu bông

guardarropa

tủ quần áo

vestimenta
y phục

calcetines

bít tất

medias

bít tất dài

panti

quần tất

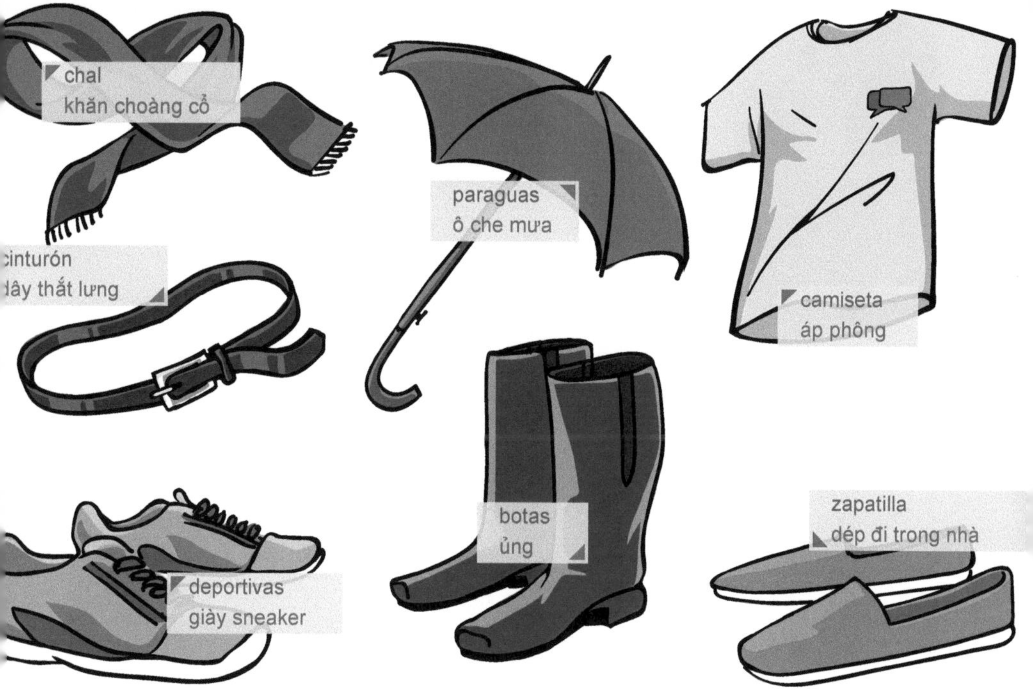

chal
khăn choàng cổ

cinturón
dây thắt lưng

paraguas
ô che mưa

camiseta
áp phông

botas
ủng

zapatilla
dép đi trong nhà

deportivas
giày sneaker

sandalias
dép xăng đan

zapatos
giày

botas de goma
ủng cao su

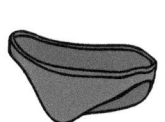

ropa interior
quần lót

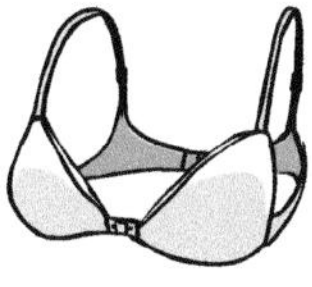

corpiño
áo ngực

camiseta
áo vest

body

áo ôm sát cơ thể

pantalón

quần dài

jeans

quần bò

falda

váy

blusa

áo cánh

camisa

áo sơ mi

pullover

áo len chui đầu

sweater

áo len

blazer

áo blazer

chaqueta

áo jacket

abrigo

áo khoác

impermeable

áo mưa

traje chaqueta

trang phục

vestido

áo váy

vestido de bodas

áo cưới

traje

bộ com lê

camisón

áo ngủ

pijama

pijama

sari

trang phục sari

pañuelo de cabeza

khăn trùm đầu

turbante

khăn đội đầu

burka

áo burka

caftán

áo captan

abaya

áo aba

traje de baño

quần áo bơi

bañador

quần bơi

shorts

quần đùi

chándal

quần áo tracksuit

delantal

tạp dề

guante

găng tay

botón

cái cúc

gafa

kính mắt

brazalete

vòng đeo tay

cadena

vòng cổ

anillo

nhẫn

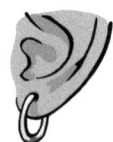

aro

hoa tai

gorra

mũ lưỡi trai

percha

cái mắc treo áo quần

sombrero

mũ

corbata

cà vạt

cierre a cremallera

dây kéo phéc mơ tuya

casco

mũ bảo hiểm

tiradores

dây đeo quần

uniforme escolar

đồng phục học sinh

uniforme

đồng phục

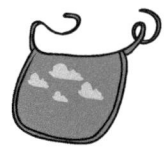

babero

yếm trẻ em

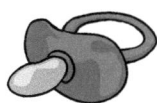

chupete

ti giả

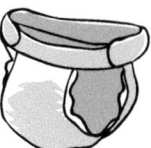

pañal

tã lót

oficina

văn phòng

servidor
máy chủ
archivador
tủ hồ sơ
impresora
máy in
papel
giấy
monitor
màn hình
ratón
chuột máy tính
escritorio
bàn làm việc
carpeta
thư mục
teclado
bàn phím
cesto de papeles
thùng rác giấy
ordenador
máy tính
silla
ghế

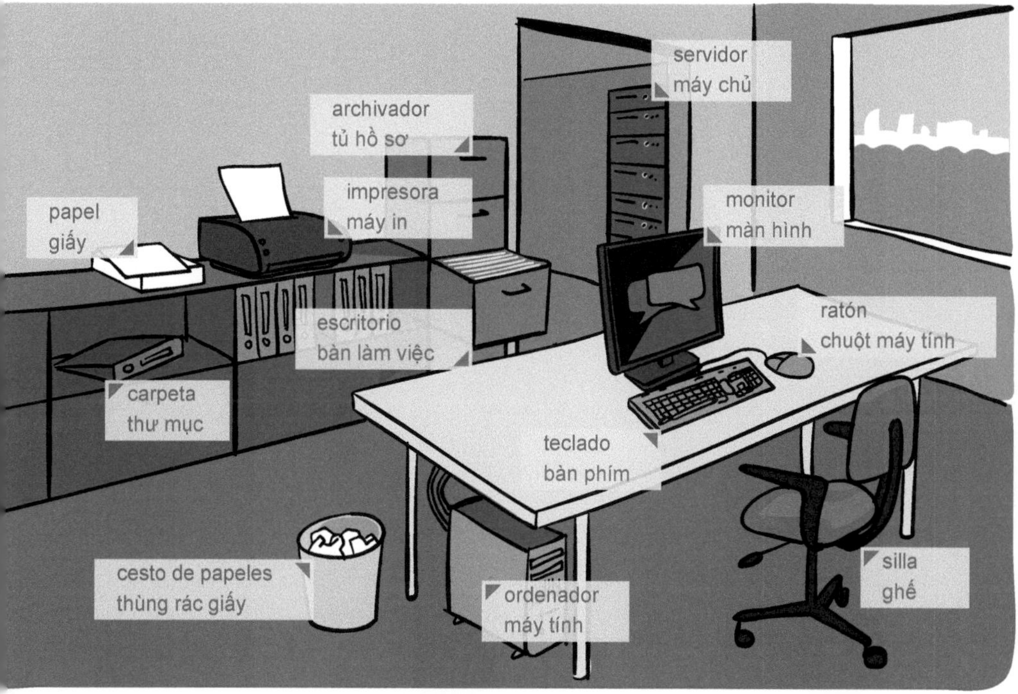

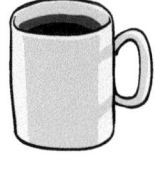

taza de café

cốc cà phê

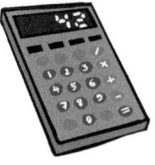

calculadora

máy tính bỏ túi

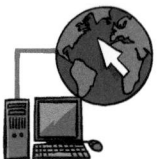

internet

internet

laptop

laptop

carta

thư

mensaje

tin nhắn

teléfono móvil

điện thoại di động

red

mạng

fotocopiadora

máy photocopy

software

phần mềm

teléfono

điện thoại

tomacorriente

ổ cắm điện

máquina de fax

máy fax

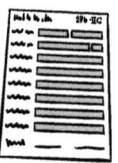

formulario

mẫu đơn

documento

chứng từ

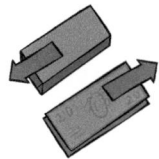

comprar
mua

pagar
trả tiền

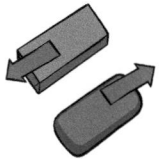

comerciar
buôn bán

dinero
tiền

 **USD**

dólar
đô la

EUR

euro
Euro

JPY

yen
yên

RUB

rublo
rúp

CHF

franco
franc Thụy Sĩ

CNY

renminbi
nhân dân tệ

INR

rupia
rupi

cajero automático
máy rút tiền tự động

casa de cambio

quầy đổi tiền

oro

vàng

plata

bạc

petróleo

dầu

energía

năng lượng

precio

giá tiền

contrato

hợp đồng

impuesto

thuế

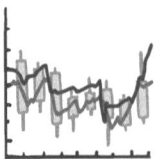

acción

cổ phiếu

trabajar

làm việc

empleado

nhân viên

empleador

chủ lao động

fábrica

nhà máy

negocio

cửa hiệu

ocupaciones
nghề nghiệp

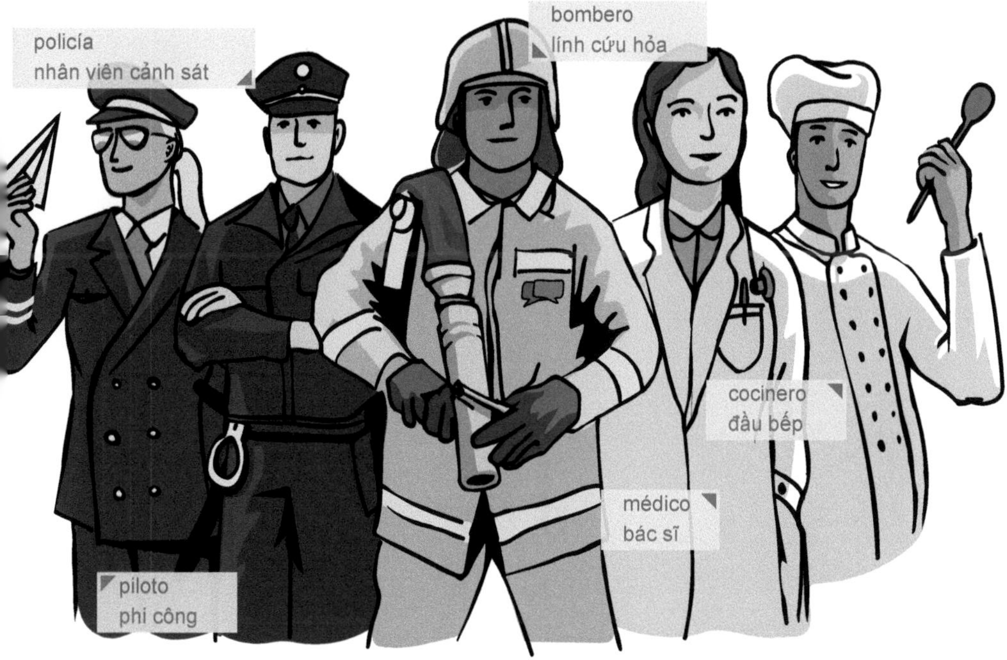

policía
nhân viên cảnh sát
bombero
lính cứu hỏa
cocinero
đầu bếp
médico
bác sĩ
piloto
phi công

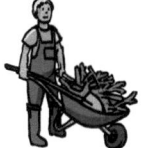

jardinero

người làm vườn

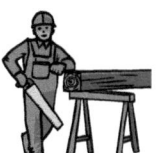

carpintero

thợ mộc

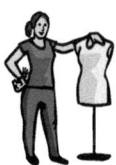

costurera

thợ may

juez

chánh án

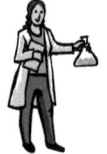

químico

nhà hóa học

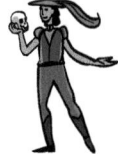

actor

diễn viên

conductor de autobús

tài xế xe buýt

taxista

người lái taxi

pescador

ngư dân

mujer de la limpieza

người lau dọn vệ sinh

techista

thợ lợp mái nhà

camarero

bồi bàn

cazador

thợ săn

pintor

họa sĩ

panadero

thợ làm bánh

electricista

thợ điện

albañil

thợ xây dựng

ingeniero

kỹ sư

carnicero

người hàng thịt

fontanero

thợ sửa ống nước

cartero

người đưa thư

soldado

người lính

arquitecto

kiến trúc sư

cajero

nhân viên thu ngân

florista

người bán hoa

peluquero

thợ cắt tóc

cobrador

nhân viên soát vé

mecánico

thợ cơ khí

capitán

thuyền trưởng

odontólogo

nha sĩ

científico

nhà khoa học

rabino

giáo sĩ Do thái

imam

lãnh tụ Hồi giáo

monje

nhà sư

párroco

mục sư

herramientas
dụng cụ

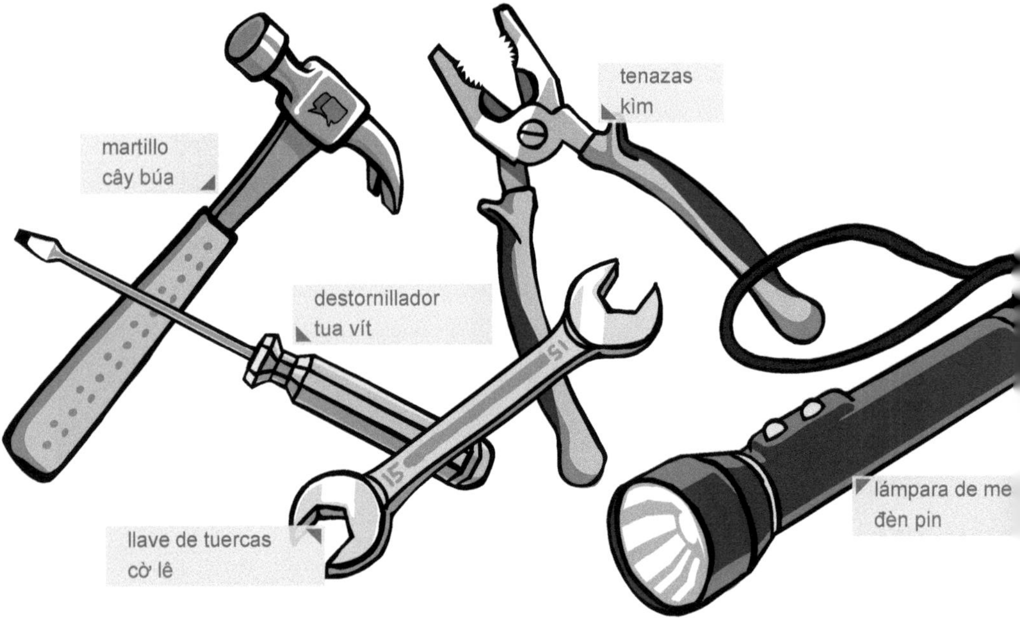

martillo
cây búa
tenazas
kìm
destornillador
tua vít
lámpara de me
đèn pin
llave de tuercas
cờ lê

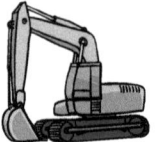

excavadora

máy xúc đất

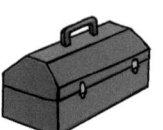

caja de herramientas

hộp dụng cụ

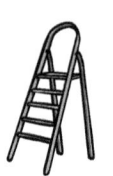

escalerilla

cái thang

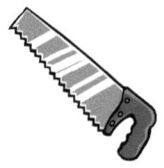

serrucho

cưa

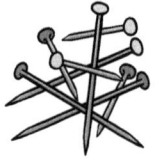

clavos

đinh

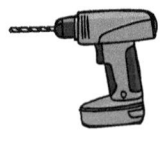

taladro

máy khoan

reparar

sửa chữa

pala

cái xẻng

¡Maldición!

khốn nạn!

recogedor

cái hót rác

lata de pintura

thùng sơn

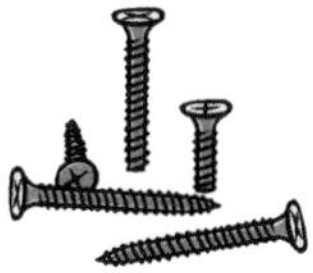

tornillos

vít

instrumentos musicales
nhạc cụ

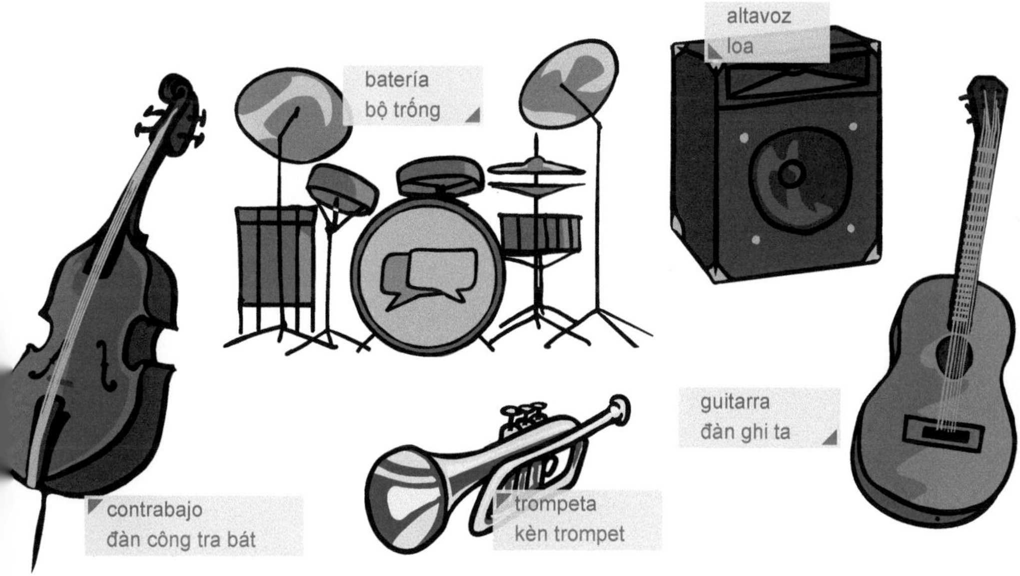

altavoz
loa

batería
bộ trống

guitarra
đàn ghi ta

contrabajo
đàn công tra bát

trompeta
kèn trompet

piano

đàn piano

violín

đàn vĩ cầm

bajo

ghi ta bass

timbales

trống định âm

tambor

trống

teclado

đàn organ

saxofón

kèn Saxophone

flauta

sáo

micrófono

micro

zoológico
vườn bách thú

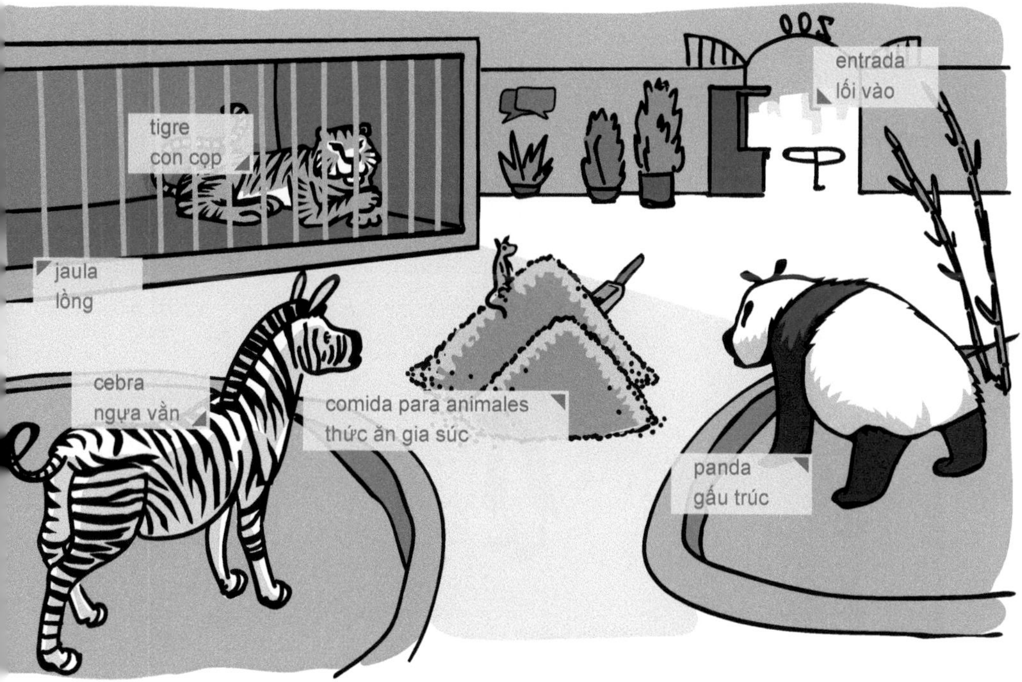

tigre
con cọp
jaula
lồng
cebra
ngựa vằn
comida para animales
thức ăn gia súc
entrada
lối vào
panda
gấu trúc

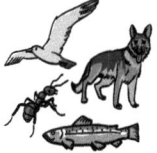

animales
....
động vật

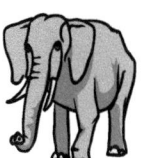

elefante
....
con voi

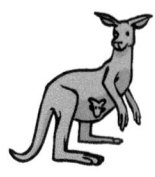

canguro
....
chuột túi

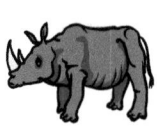

rinoceronte
....
tê giác

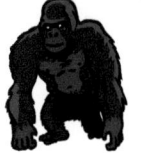

gorila
....
khỉ đột

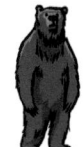

oso
....
con gấu

camello

lạc đà

avestruz

đà điểu

león

sư tử

mono

con khỉ

flamengo

hồng hạc

papagayo

con vẹt

oso polar

gấu bắc cực

pingüino

chim cánh cụt

tiburón

cá mập

pavo real

con công

serpiente

con rắn

cocodrilo

cá sấu

cuidador del zoológico

người trông giữ vườn bách
thú

foca

hải cẩu

jaguar

báo đốm

pony
ngựa lùn

leopardo
con báo

hipopótamo
hà mã

jirafa
hươu cao cổ

águila
đại bàng

jabalí
heo rừng

pescado
cá

tortuga
con rùa

morsa
hải mã

zorro
con cáo

gacela
linh dương

deporte
thể thao

fútbol americano
bóng bầu dục Mỹ

ciclismo
đua xe đạp

tenis
quần vợt

baloncesto
bóng rổ

natación
bơi

boxeo
đấm bốc

hockey sobre hielo
khúc côn cầu trên băng

fútbol
bóng đá

badminton
cầu lông

atletismo
điền kinh

balonmano
bóng ném

esquí
trượt tuyết

polo
polo

actividades
các hoạt động

reír
cười
saltar
nhảy
abrazar
ôm
caminar
đi bộ
cantar
ca hát
soñar
mơ
rezar
cầu nguyện
besar
hôn

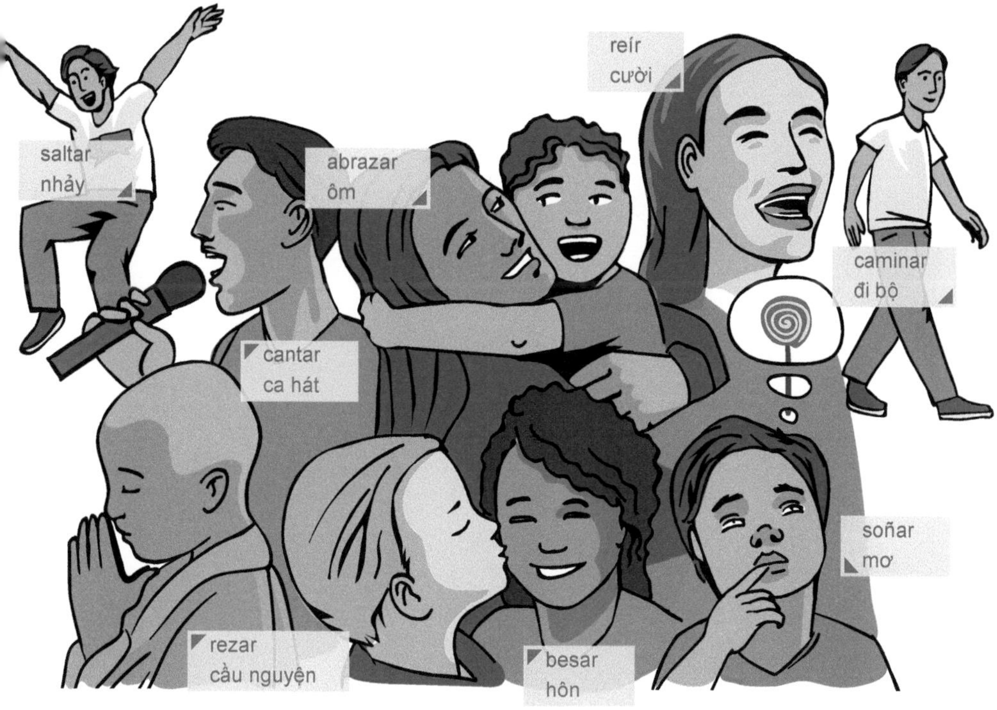

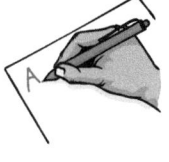

escribir
viết

dibujar
vẽ

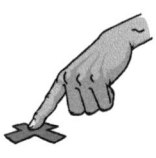

mostrar
chỉ trỏ

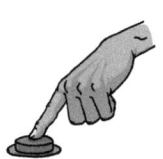

presionar
đẩy

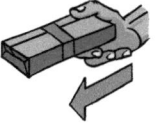

dar
cho

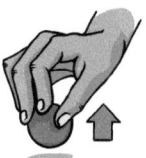

tomar
lấy đi

tener

có

hacer

làm

ser

thì / là

estar de pie

đứng

correr

chạy

tirar

kéo

arrojar

ném

caer

rơi

estar acostado

nằm

esperar

chờ đợi

llevar

mang vác

estar sentado

ngồi

vestirse

mặc quần áo

dormir

ngủ

despertar

thức dậy

mirar

xem

llorar

khóc

acariciar

vuốt ve

peinarse

chải

conversar

nói chuyện

entender

hiểu

preguntar

câu hỏi

oír

nghe

beber

uống

comer

ăn

asear

dọn dẹp

amar

yêu

cocinar

nấu nướng

conducir

lái xe

volar

bay

actividades - các hoạt động

navegar

đi thuyền buồm

calcular

tính toán

leer

đọc

aprender

học

trabajar

làm việc

casarse

cưới

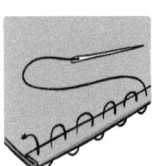

coser

khâu vá

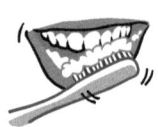

limpiarse los dientes

đánh răng

matar

giết

fumar

hút thuốc

enviar

gửi đi

familia
gia đình

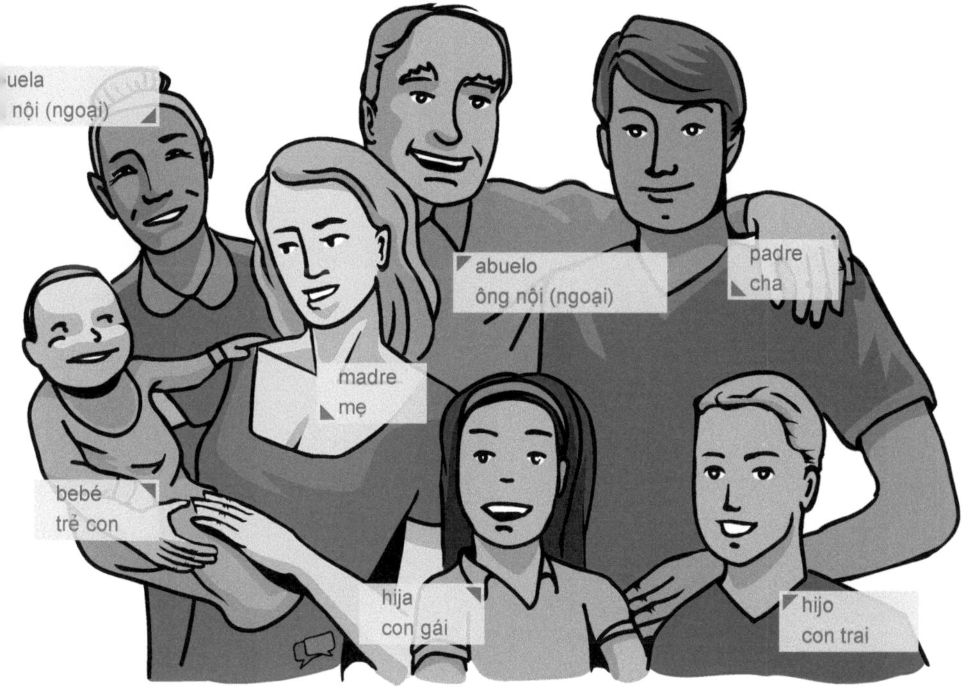

uela
nội (ngoại)
abuelo
ông nội (ngoại)
padre
cha
madre
mẹ
bebé
trẻ con
hija
con gái
hijo
con trai

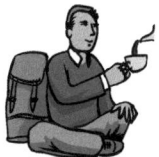

invitado

khách

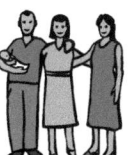

tía

cô (dì)

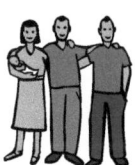

tío

chú, bác (cậu)

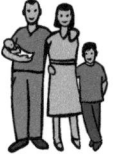

hermano

anh (em) trai

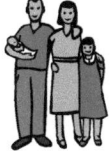

hermana

chị (em) gái

cuerpo

cơ thể

frente
trán
ojo
mắt
hombro
vai
dedo
ngón tay
cara
mặt
barbilla
cằm
mano
bàn tay
pierna
chân
pecho
ngực
brazo
cánh tay

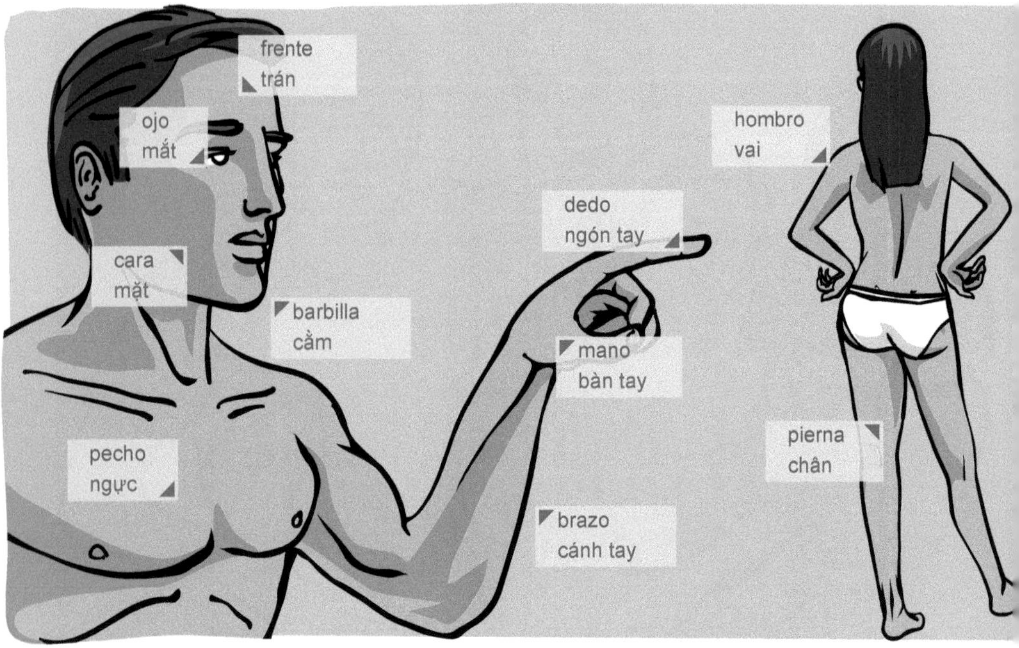

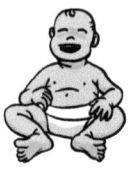

bebé

trẻ con

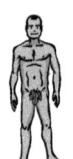

hombre

đàn ông

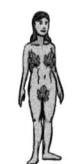

mujer

phụ nữ

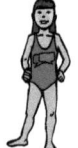

muchacha

bé gái

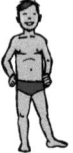

joven

bé trai

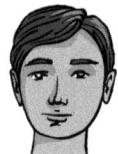

cabeza

đầu

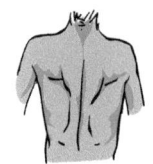

espalda
lưng

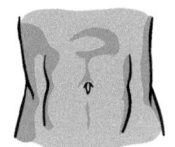

vientre
bụng

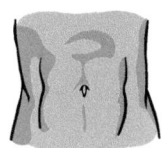

ombligo
rốn

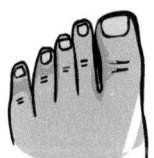

dedo del pie
ngón chân

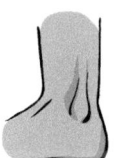

talón
gót chân

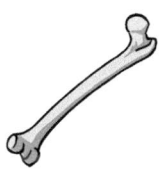

hueso
xương

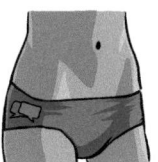

cadera
hông

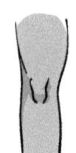

rodilla
đầu gối

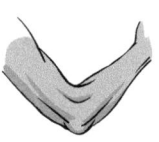

codo
khuỷu tay

nariz
mũi

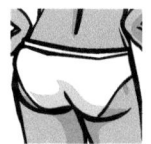

trasero
mông

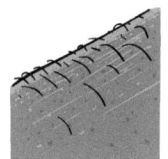

piel
da

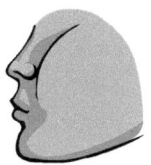

mejilla
má

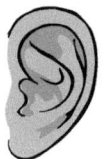

oreja
tai

labio
môi

boca

miệng

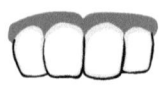

diente

răng

lengua

lưỡi

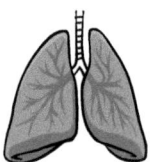

cerebro

não

corazón

tim

músculo

cơ bắp

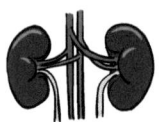

pulmón

phổi

hígado

gan

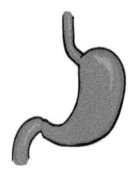

estómago

dạ dày

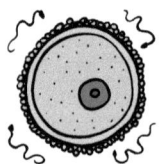

riñones

thận

relación sexual

giao hợp

condón

bao cao su

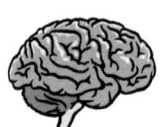

Óvulo

noãn

esperma

tinh dịch

embarazo

mang thai

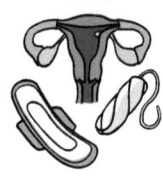

menstruación
....
kinh nguyệt

vagina
....
âm vật

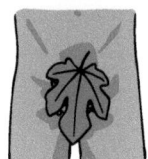

pene
....
dương vật

ceja
....
lông mày

cabello
....
tóc

cuello
....
cổ

hospital
bệnh viện

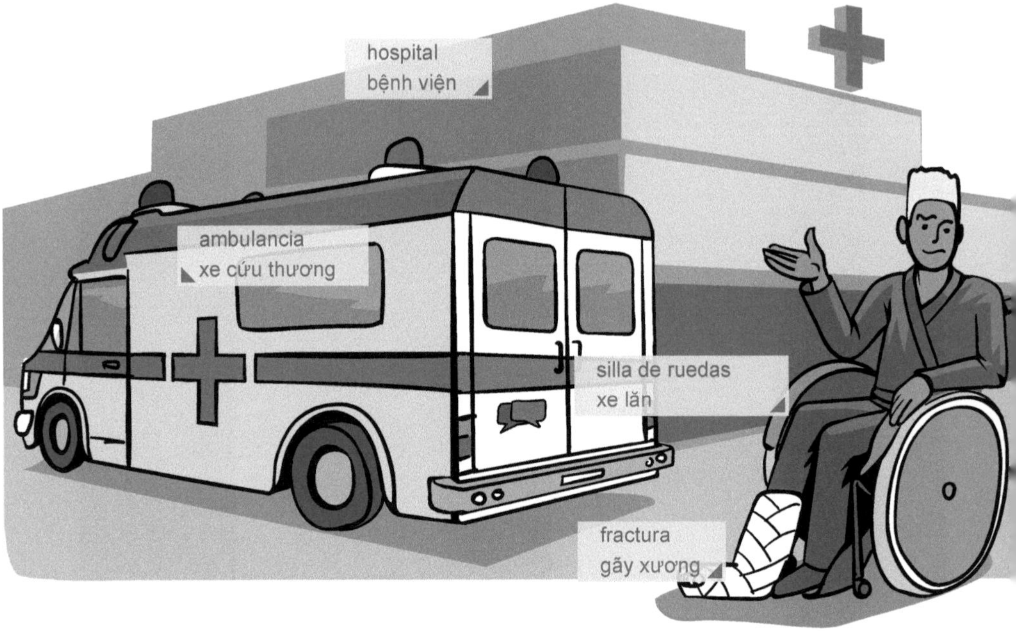

hospital
bệnh viện
ambulancia
xe cứu thương
silla de ruedas
xe lăn
fractura
gãy xương

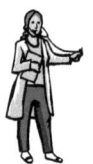

médico

bác sĩ

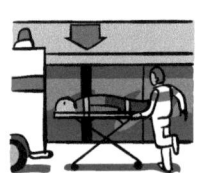

admisión de urgencia

phòng cấp cứu

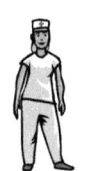

enfermera

y tá

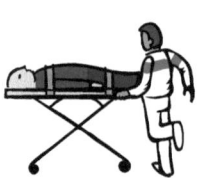

emergencia

cấp cứu

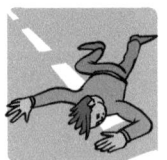

inconsciente

bất tỉnh

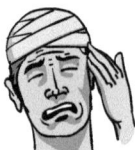

dolor

cơn đau

lesión

bị thương

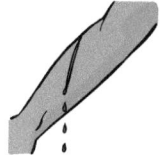

hemorragia

chảy máu

infarto de miocardio

nhồi máu cơ tim

apoplejía cerebral

đột quỵ

alergia

dị ứng

tos

ho

fiebre

sốt

gripe

cúm

diarrea

tiêu chảy

dolor de cabeza

đau đầu

cáncer

ung thư

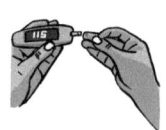

diabetes

bệnh tiểu đường

cirujano

bác sĩ phẫu thuật

escalpelo

dao mổ

operación

giải phẫu

TC

chụp cắt lớp

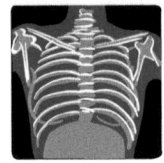

rayos X

chụp x-quang

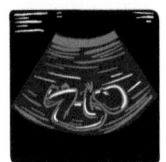

ultrasonido

siêu âm

máscara

mặt nạ

enfermedad

bệnh

sala de espera

phòng đợi

muleta

cái nạng

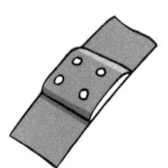

emplasto

băng dán vết thương

vendaje

băng bó

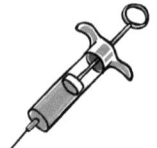

inyección

tiêm thuốc

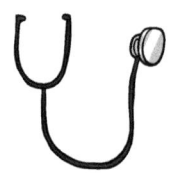

estetoscopio

ống nghe khám bệnh

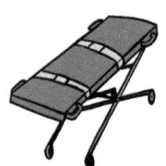

camilla

băng ca

termómetro

nhiệt kế

nacimiento

sinh đẻ

sobrepeso

thừa cân

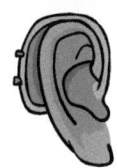

audífono

máy trợ thính

desinfectante

chất khử trùng

infección

nhiễm trùng

virus

vi rút

VIH / SIDA

HIV / AIDS

medicina

thuốc

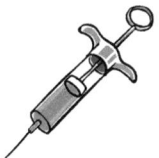

vacunación

tiêm chủng

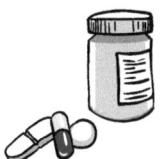

comprimido

thuốc viên

píldora anticonceptiva

viên thuốc

llamada de emergencia

gọi cấp cứu

medidor de presión arterial

máy đo huyết áp

enfermo / saludable

bệnh / khỏe mạnh

¡Ayuda!

cứu!

alarma

báo động

asalto

cuộc đột kích

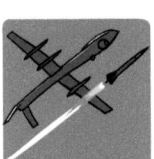

ataque

sự tấn công

peligro

mối nguy hiểm

salida de emergencia

lối thoát hiểm

¡Fuego!

cháy!

extintor

bình chữa cháy

accidente

tai nạn

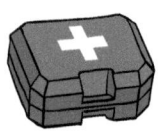

kit de primeros auxilios

bộ dụng cụ sơ cứu

SOS

SOS

Policía

cảnh sát

Europa

châu Âu

América del Norte

Bắc Mỹ

América del Sur

Nam Mỹ

África

châu Phi

Asia

châu Á

Australia

châu Úc

Atlántico

Đại Tây Dương

Pacífico

Thái Bình Dương

Océano Índico

Ấn Độ Dương

Océano Antártico

Nam Cực Dương

Océano Ártico

Bắc Băng Dương

Polo Norte

bắc cực

Polo Sur

nam cực

Antártida

nam cực

Tierra

trái đất

país

đất liền

mar

biển

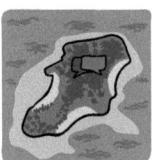

isla

đảo

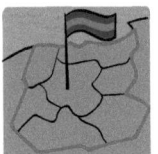

nación

quốc gia

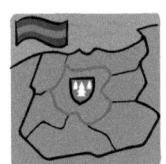

Estado

nhà nước

cuadrante

mặt đồng hồ

horario

kim chỉ giờ

minutero

kim chỉ phút

segundero

kim chỉ giây

¿Qué hora es?

Bây giờ là mấy giờ?

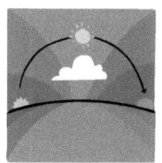

día

ngày

tiempo

thời gian

ahora

bây giờ

reloj digital

đồng hồ điện tử

minuto

phút

hora

giờ

semana
tuần lễ

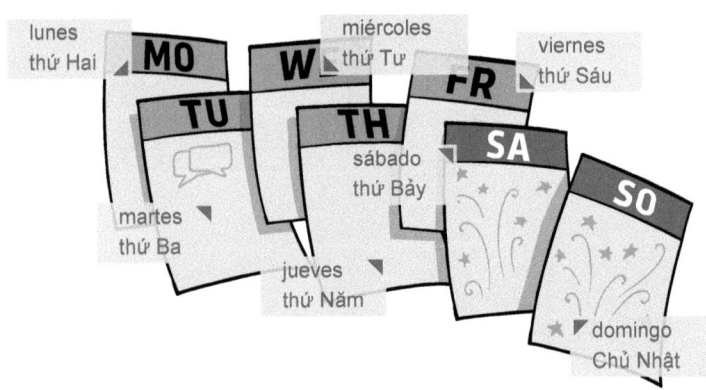

lunes
thứ Hai

miércoles
thứ Tư

viernes
thứ Sáu

martes
thứ Ba

sábado
thứ Bảy

jueves
thứ Năm

domingo
Chủ Nhật

ayer

hôm qua

hoy

hôm nay

mañana

ngày mai

mañana

buổi sáng

mediodía

buổi trưa

tarde

buổi tối

jornada de trabajo

ngày làm việc

fin de semana

cuối tuần

lluvia
mưa

arco iris
cầu vồng

nieve
tuyết

viento
gió

primavera
mùa xuân

otoño
mùa thu

verano
mùa hè

invierno
mùa đông

4.APRIL	11°	☀
5.APRIL	4°	☁
6.APRIL	13°	⛅
7.APRIL	8°	❄
8.APRIL	10°	❄

pronóstico meteorológico

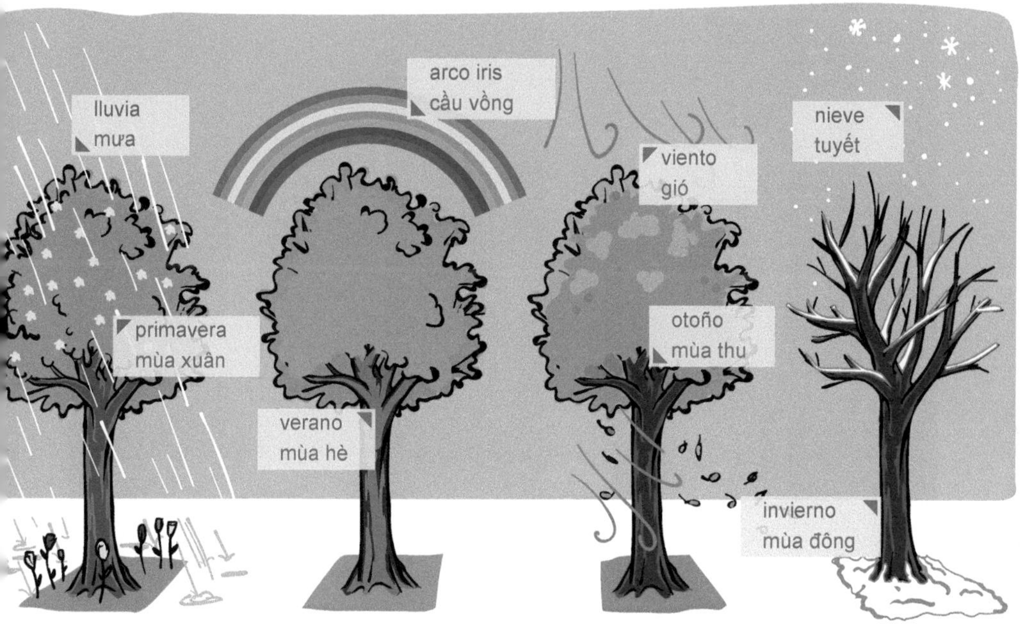

dự báo thời tiết

termómetro

nhiệt kế

luz solar

ánh nắng

nube

mây

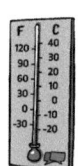

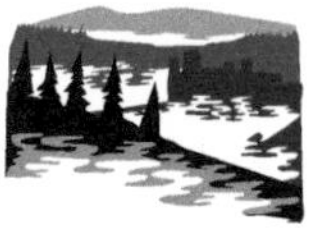

niebla

sương mù

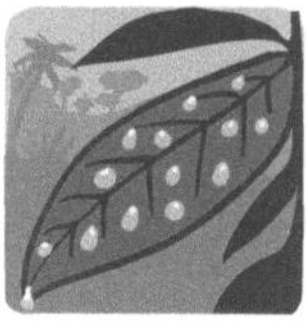

humedad ambiente

độ ẩm không khí

relámpago

tia chớp

trueno

sấm sét

tormenta

cơn bão

granizo

mưa đá

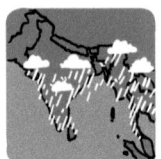

monzón

gió mùa

inundación

lũ lụt

hielo

nước đá

enero

tháng Một

febrero

tháng Hai

marzo

tháng Ba

abril

tháng Tư

mayo

tháng Năm

junio

tháng Sáu

julio

tháng Bảy

agosto

tháng Tám

año - năm

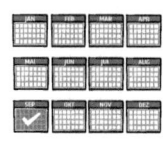

septiembre
....
tháng Chín

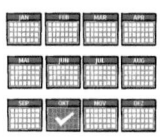

octubre
....
tháng Mười

noviembre
....
tháng Mười Một

diciembre
....
tháng Mười Hai

formas
hình dạng

círculo
....
hình tròn

cuadrado
....
hình vuông

rectángulo
....
hình chữ nhật

triángulo
....
hình tam giác

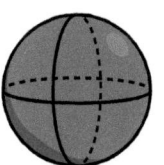

esfera
....
hình cầu

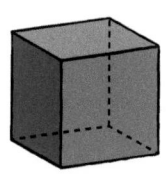

cubo
....
khối vuông

blanco

màu trắng

amarillo

màu vàng

anaranjado

màu cam

rosa

màu hồng

rojo

màu đỏ

lila

màu tím

azul

màu xanh dương

verde

màu xanh lá cây

marrón

màu nâu

gris

màu xám

negro

màu đen

mucho / poco
nhiều / ít

enojado / calmado
tức tối / điềm tĩnh

bonito / feo
xinh đẹp / xấu xí

comienzo / fin
bắt đầu / kết thúc

grande / pequeño
to / nhỏ

claro / oscuro
sáng / tối

hermano / hermana
nh (em) trai / chị (em) gái

limpio / sucio
sạch / bẩn

completo / incompleto
đủ / thiếu

día / noche
ngày / đêm

muerto / vivo
chết / sống

ancho / angosto
rộng / chật hẹp

disfrutable / no disfrutable

ăn được / không ăn được

malo / amigable

ác / tử tế

excitado / aburrido

hào hứng / chán nản

gordo / delgado

béo / gầy

primero / último

đầu tiên / cuối cùng

amigo / enemigo

bạn / thù

lleno / vacío

đầy / rỗng

duro / suave

cứng / mềm

pesado / liviano

nặng / nhẹ

hambre / sed

đói / khát

enfermo / saludable

bệnh / khỏe mạnh

ilegal / legal

bất hợp pháp / hợp pháp

inteligente / tonto

thông minh / ngu

izquierda / derecha

trái / phải

cercano / lejano

gần / xa

nuevo / usado

mới / cũ

nada / algo

không có gì cả / có cái gì đó

viejo / joven

già / trẻ

encendido / apagado

bật / tắt

abierto / cerrado

mở / đóng

bajo / fuerte

im lặng / ồn ào

rico / pobre

giàu / nghèo

correcto / incorrecto

đúng / sai

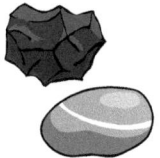

áspero / liso

sần sùi / mịn màng

triste / alegre

buồn / vui

breve / extenso

ngắn / dài

lento / veloz

chậm / nhanh

mojado / seco

ẩm ướt / khô ráo

caliente / frío

ấm áp / mát mẻ

guerra / paz

chiến tranh / hòa bình

opuestos - đối lập

0

cero

số không

1

uno

một

2

dos

hai

3

tres

ba

4

cuatro

bốn

5

cinco

năm

6

seis

sáu

7

siete

bảy

8

ocho

tám

9

nueve

chín

10

diez

mười

11

once

mười một

12

doce

mười hai

13

trece

mười ba

14

catorce

mười bốn

15

quince

mười lăm

16

dieciséis

mười sáu

17

diecisiete

mười bảy

18

dieciocho

mười tám

19

diecinueve

mười chín

20

veinte

hai mươi

100

cien

một trăm

1.000

mil

một ngàn

1.000.000

millón

một triệu

inglés
....
tiếng Anh

inglés estadounidense
....
tiếng Anh Mỹ

chino mandarín
....
tiếng Quan Thoại

hindi
....
tiếng Hin-di

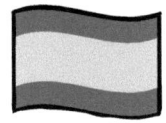

español
....
tiếng Tây Ban Nha

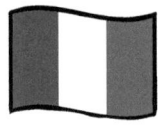

francés
....
tiếng Pháp

árabe
....
tiếng Ả-rập

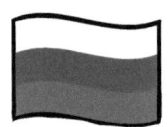

ruso
....
tiếng Nga

portugués
....
tiếng Bồ Đào Nha

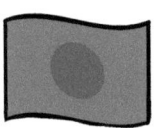

bengalí
....
tiếng Bengal

alemán
....
tiếng Đức

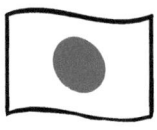

japonés
....
tiếng Nhật

yo

tôi

tú

bạn

él / ella

anh ta / cô ta / nó

nosotros

chúng tôi

vosotros

các bạn

ellos

họ

¿quién?

ai?

¿qué?

cái gì?

¿cómo?

như thế nào?

¿dónde?

ở đâu?

¿cuándo?

lúc nào?

nombre

tên

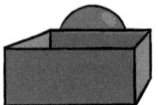

detrás

phía sau

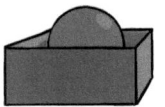

en

ở trong

delante de

phía trước

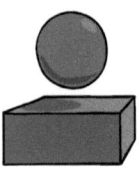

encima de

phía trên

sobre

ở trên

debajo de

ở dưới

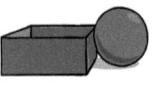

junto a

bên cạnh

entre

ở giữa

lugar

chỗ